THE BEGINNING OF WATER

THE BEGINNING OF WATER
Sự Bắt Đầu Của Nước

POEMS BY
TRAN LE KHANH

TRANSLATED BY
THE AUTHOR & BRUCE WEIGL

WHITE PINE PRESS / BUFFALO, NEW YORK

White Pine Press
P.O. Box 236
Buffalo, New York 14201
www.whitepine.org

Publication of this book was made possible by a grant from the Amazon Literary Partnership; and with funds from the New York State Council on the Arts, with the support of Governor Andrew M. Cuomo and the New York State Legislature, a State Agency.

Book design: Elaine LaMattina.

Printed and bound in the United States of America.

ISBN 978-1-945680-38-0

Library of Congress Control Number 2019944717

THE BEGINNING OF WATER

SOME WORDS FOR TRAN LE KHANH

Contemporary Vietnamese poetry can be divided into three distinct eras: pre-war, war-time, and post-war/post-"open door" policy poetry. Although these are generalizations, they are fair in terms of how they define the major trends of poetry in Vietnam for the past one hundred years. Viet Nam has a long and continuous literary history, predating even the written word and along the way of that history rigorous forms were invented and practiced by poets as a test of their skills. There was a time in Viet Nam, for example, when if one could not write well in *luc bat*, one could not call him or herself a poet. At the same time there has been a great deal of formal experimentation in Vietnamese poetry from the start, prosperously driven by the tonalities, and by the power of its highly contextual nature.

Prior to the war, Vietnamese poetry mostly concerned itself with what can be described as a romantic point of view. This regard for poetry included a celebration of love and an intimate regard for all things in the natural world and for the poet's relationship to that world. These poets always embraced a less regularly modulated formal regard for the line, which in turn allowed for a more personal representation in the poetry.

During the American war, contemporary Vietnamese poetry assumed the critical role of a propaganda tool. Poetry from this long era concerned itself with heroism, the miseries of war and forced separation from family and loved ones, and the unequivocal celebration of the Vietnamese State. Although often criticized for its raw devotion to the cause, this era of Vietnamese poetry represents one of its highlights and contained in that group of writers is some of the most valuable poetry in a five-thousand-year tradition.

Post-war contemporary Vietnamese poetry focuses largely on the joys of peace and on the difficulties of life in a post-war world. At the same time, these poets continue to celebrate romantic love, the beauty of the natural world, and the powers of meditation. In addition, because of the "open-door" policy, young Vietnamese poets would have more exposure to the Western literary traditions. This exposure led to a great deal of formal experimentation and to the use of some predominantly Western motifs. Most recently Vietnamese poetry has taken a metaphysical turn wherein the poets try to uncover hidden secrets about our humanity that they believe exist beneath the surface of things.

When I first encountered Tran Le Khanh's poetry, I tried to fit his work into one of these general categories to help me understand his poetry, but it didn't work; there was no place for his poems to sit. His poems are not romantic; they are not simply beautiful landscapes rendered with endearment; his poems are not about the joys and miseries of life, they are not meditations, or political tracts, and they are not religious exercises. As I began to work on the English translation of Khanh's poems, I came quickly to realize that his work is unconventional in any tradition, Eastern or Western, and completely free of dogma.

Although it may be difficult to categorize Khanh's poems, it is not difficult to be swept up into their finely focused beauty and in the way each short poem offers a different lesson for our contemplation. The powerful and imaginative diction of the poems combined with their dramatic contexts forces the reader to enter his or her own contemplation of those things we carry deep inside of who we are. Driven also by a fierce clarity of diction, and by a deep understanding of poetic form — particularly the *luc bat* — Khanh's poems seem to come more and more alive as you read and reread them. This characteristic of Khanh's poetry cannot be overstated because it is a rare thing in poetry, and what it means is that this is a poetry that is restorative and that allows the fullest possible expression of our humanness.

Born in Saigon four years before the end of the American War in 1971, Tran Le Khanh grew up along with Vietnam's renovation in the 1990s. Although his background is in the financial world, and his most recent job was CIO for one of the largest management funds in Viet Nam, he has always loved poetry and not long ago resigned from his executive position to fully dedicate himself to the study, reading, and writing of poetry.

He is a highly accomplished scholar and master of the *luc bat* form in Vietnamese poetry, and he is a deeply-devoted Buddhist who has found a way to offer true expression of the Dharma in short, powerful poems — a most difficult challenge. In Viet Nam, Khanh has published four poetry collections: two collections of *luc bat*, *Mua* (The Dance of Luc Bat), *Dong Song Khong Voi* (The River is Never Hurried) and *Ngay Nhu Chiec La* (Day is Like a leaf.) Khanh also has two additional poetry collections forthcoming in Viet Nam.

I met the poet Tran Le Khanh through two close poet friends in Ha Noi, Nguyen Quang Thieu, one of Viet Nam's most important contemporary poets, and Nguyen Quyen, a visionary businessman who comes from a distinguished family of poets and who himself has written some of the most original poetry of the past fifty years in Viet Nam. Thieu and Quyen both encouraged me to read what they believed were the genuinely original poems of Khanh. I could not resist such a strong recommendation, so I traveled south to Ho Chi Minh City to meet Khanh and to spend several days with him completing the first draft of the translation of his work, getting acquainted with his lovely and talented family, and sharing in his wide and rich grasp of Buddhist teaching.

I have worked for over twenty years translating and co-translating Vietnamese poetry and no project was as easy nor as joyful as this one, thanks to what emerged as significant similarities between the poet's vision and the vision of the translator. This is a rare event in poetry, and I am grateful for the opportunity to present these poems in English and in their original Vietnamese to a wide international readership because I'm certain that, like me, you will find solace in these short lyrics and peace in the certainty of their convictions.

— Bruce Weigl
Oberlin, Ohio
June 2019

AUTHOR'S ACKNOWLEDGMENTS

This collection includes short poems that I have written during the past five years. Bruce Weigl and I have selected these poems from that group. Although we have worked through many drafts of the manuscript in English, most of the initial drafts of these translations were completed very quickly. Sometimes during our work we would stop, joke and talk for hours about the new thing we had suddenly discovered on the journey before we would go on to the next poem. This process gave us both a lot of joy.

I would like to give a big thank you to Bruce for his hard work. I believe his talent in poetry and his understanding of my Vietnamese culture will help American readers have a better understanding when reading these poems.

A sincere thanks to poet Nguyen Quang Thieu and poet Nguyen Quyen, who have helped, supported and inspired me as I did this work. I especially want to thank Quang Pham, Ngo Hanh, Le Thieu Nhon who have been sitting with me for quite a long time, since I began to write.

Finally, much appreciation to any American who will choose to read this poetry book, hoping that it will entertain you.

vậy à

một hôm gió thổi
chiếc lá lạnh sống lưng
khi dưới đất lộ ra bộ xương hóa thạch
của lối mòn triệu năm về trước
em đã đi qua

is that all

one day the wind blows
along the leaf's cold spine
the ground appears as a fossil
of the worn road she travelled
a million years before

yêu

em
quên mùa thu
quên chiếc lá bay trong lòng
hai mặt hoang vu

love

miss
you forgot about the fall
you forgot about the leaf flying through the heart
both sides wild

hồn nhiên

thu
em nhoẻn nụ cười
thật vừa vặn
với mênh mông

innocent

autumn
her smile
an absolute fit
with the immensity

her job

trong ngôi đền
của loài người
em cầm bó đuốc
lau sạch đêm

her job

in the temple
of human beings
she holds the torch
to clean the night

linh

cánh cò
thả bóng xuống đồng
con cá nhỏ nằm rình
tiếng động mênh mông

enlightened

an egret
drops its shade onto the field
a small fish sneaks a peak
at the sound of infinity

quê hương

con sông nằm xuống
để cơn mưa dài
tắm cho sạch
những ngọn sóng tha phương

my hometown

rivers are calm
waiting for the long rain
to wash away
all waves of nostalgia

vị đêm

mây
ủ trăng
chín dần
nghìn năm còn đắng

taste of night

clouds
ripen for a thousand years
ferment the moon
so bitterness remains

ai

hai chiếc áo
rụng vào nhau
đêm rụng
một phai màu

who

two shirts
fall into each other
night falls
one fades

hàng thật

người trần
chở bùn lên địa đàng
em trồng
trái cấm nhân gian

real

people of the earth
carry mud into heaven
where a single girl
plants her own forbidden fruit

phối cảnh

nụ hoa đỏ
ngủ gật trên cành
em nhón tay giữ
giọt nước long lanh

landscape

a red flower
nodding on the branch
standing on her toes to still
a glistening drop of water

lãng mạn

mùa đông
đón gió đông về
cành cây khô
mọc ra một nhánh cây khô

romance

in winter
to grow from a wilted branch
a wilted bough
waits for wind from the East

tỉnh thức

anh
rót lửa vào ngọn nến
như rót lời yêu vào cuộc tình
rồi nhìn nó lung linh

awakening

he
pours fire into the unlit candle
sweet words into love
then watches it burn

nhiệt tình

hạ về
những chiếc lá nóng bức
con đường tốt bụng
cởi chiếc áo bóng râm

enthusiasm

summer
heats the leaves
so the road of kindness
removes its shade of trees

đừng tự làm đau mình

người đàn bà
thận trọng
nhặt mình lên
từ những mảnh gương vỡ

do yourself no harm

the woman
carefully
picks herself up
in pieces of the broken mirror

authentic autumn

những dòng suy nghĩ về anh
như những chiếc lá
nhưng từ hôm úa vàng
sao chẳng rụng ra

authentic autumn

thoughts about him
are like leaves
although they have yellowed
why haven't they fallen

mình có ngày gặp lại

em đi
dải cát mịn
lên da non
nơi trái đất tròn

we will meet again

when she is gone
the silky sand
sheds its scab
at the place where the earth is round

bừng sáng

em
châm thêm đêm
vào ngọn lửa
đang cạn dầu

light

she
running out of oil
adds darkness
to the flames

bạn đồng hành

con cá lia thia
cùng ngôi sao
mất phương hướng
trong chậu nước

companions

the damselfish
and the faraway star
lose their way
in a bucket of water

dòng chảy

bức tường lõa lồ
giọt nước lõa lồ
cùng nhau ôm nhẹ
một cơn mơ

the current

the naked wall
the naked drop of water
embrace together
the same invisible dream

khao khát

trăng
rơi phịch xuống đáy hồ
nước tràn vào
vết nứt ngu ngơ

thirsty

the moon
drops heavy to the bottom of the lake
water flows
into its foolish wound

dư vị

giữa chiếc lá và ngày
chỉ có một khe hở
là thoáng chiều
ai hay

aftertaste

between leaf and day
is one small gap
a flash of dusk but
who knows

em ở trong đó

những căn hộ
uống ừng ực
mãi chẳng no
ngày

she is in there

the apartments
drink in
all of daylight
yet are never full

hành trình hư vô

mỗi lần
đi qua mùa thu
chiếc áo cà sa
khô hơn chiếc lá

journey to emptiness

each time
the monk passes autumn
his Buddhist robe
is drier than a yellow leaf

mong manh

thời gian như làn gió mát rượi
thổi qua thổi qua qua linh hồn
ngày tận thế vũ trụ tan tành
còn lại dấu môi hôn

fragile

time is a cool breeze
through our souls in the apocalypse
leaving only
the print of a kiss

thánh thần

ngày
trong veo như giọt nước
rơi xuống
tràn ly

sacred

day
clear as a single drop of water
that overflows
the glass

biển đau mặn

biển biết bí mật
lũ hải âu
mải mê tha muối bỏ xuống đại dương
vì kiếp trước lỡ tin nước mắt

the sea's salty pain

the sea knows the secret
that seagulls
must endlessly carry salt to the ocean
because they were blinded in a previous life to believe in tears

ngày

trời tạnh
mây ngả lưng
dòng sông ướt sũng
nắng hồng

day

the rain has stopped
clouds at ease
the river soaked
with pink sunlight

về nhà

hoàng hôn
người lữ khách
đi ngang đời mình.
chiếc bóng

coming home

at dusk
the wanderer
has passed by his life
the shadow

mai

em
mở lòng từ bi
trăm năm hồ điệp
lơ là lối đi

mai flower

she
opens compassion in her heart
a hundred-year-old butterfly
jukes to the flower not minding its path

lười

con cá đỏ
khắc khoải tình nhân
nó chờ dòng sông cạn
đi tìm dấu chân

lazy

the red fish
longs for her lover
waits for the river to dry
to find his footprints

thánh hiền

con cá
trợt chân vào cánh đồng muối
trong lúc biển đang kết tinh
lòng tốt loài người

generosity

the fish
slips into the field of salt
while the sea crystalizes
this is human kindness

thơ

gió lạnh quá
lời thì thầm
trốn trong tai em
lâu hơn một chút

poetry

the weather is so cold
the whisper
hides in her ear
a little while longer

bản lai diện mục

nhìn trăng đáy nước
mây nặn bóng mình
đêm trong lòng
ai mượn hình dong

where is the face before you were born

the cloud watches the moon form its shadow
at the bottom of the lake
the night borrows her shape
inside of her

qua sông vác thuyền

mây
vào mùa sinh nở
rủ nhau làm tổ
cho những hạt mưa

already across the river he carries the boat on his shoulders

clouds
in the season of birth-giving
build a nest together
for a million single drops of rain

cuối con đường mùa đông

chiều lạnh
mây về quanh quẩn
chờ người
mớm tiếng chuông ngân

at the end of winter road

cold late afternoon
clouds drift home
waiting for someone
to feed them the sound of the bell

tình

đêm chảy trên lá
gió thổi
cho mau khô
ánh trăng tàn

sympathetic love

across leaves night flows
wind blows
to dry
the waning moon

dẫm phải mùa xuân

em
nấn ná hoàng hôn.
thời gian đã bọng
trong ngần mùa đông

step into spring

she
lingers for dusk
time like ice
melting in the winter field

quy trình

xuân
thả mình xuống
đôi lần
trên một nụ hoa

process

spring
drops itself
several times
onto a single bud

bẫy xuân

mây trắng
em thay mấy đêm rồi
tình nhân hỡi
em cởi áo đi thôi

capturing spring

white clouds
change the night
like the girl who would undress
changes clothes

sự bắt đầu của nước

ký ức
là một dòng sông
anh theo đàn cá
bơi ngược dòng

the beginning of water

memory
is a river
where a man follows a school of fish
swimming against the current

phù sa

đêm bồi bóng tối
lên đôi bờ thời gian
cho màu mỡ
lối thiên đàng

alluvium

night feeds the darkness
to form two shores of time
enriching
the road to paradise

thiên nhiên

tiếng chim hót
vén hoàng hôn
thuở hồng hoang
người chẳng có linh hồn

nature

bird song
parts the curtain of dusk
to the dawn of humanity
men without souls

bồi hồi

tường vi
tựa mình vào buổi sáng
cả hai cùng chờ nở
từ đêm qua

nostalgia

rosa multiflora
leans into morning
both have been waiting
to blossom since night

cởi

sông quay lưng
sóng vỗ bờ
ửng đỏ
mai một người dưng

undress

the river turns its back
waves wash the bank
red
becoming strange

hằng

em hất trăng khỏi nước
cạn đêm
thuyền không trôi
ai đưa em về trời

sister

she scoops the moon out of water
drying the night
but the boat cannot move
who can bring her back to the sky

làm quá

thu vàng
chiếc lá ngộp thở
ngoi đầu lên
khỏi ngọn gió

overacting

yellow autumn
suffocating leaf
raises its head
out of the wind

hợp nhất

loài côn trùng
ngậm đời trong bụng
đêm đêm giàn hợp xướng
cuồng vĩ mông lung

oneness

insects
swallow the sky into their bellies
for every midnight choir
an insane orchestra

vision

ngọn gió
sờ vào bóng tối
trong hình thù
giấc chiêm bao

vision

wind
touching darkness
shapes the form
of dream

thu

bóng chiếc áo cà sa
bay phần phật trong gió
như chiếc lá vàng
đâu nhớ nổi ai mang

autumn

a frock dressed by a monk
flies flapping in the wind
a yellow leaf
that never remembers which tree

bình yên

chiều đổ góc phố
nắng tràn vào đêm
tiếng chuông mắc cạn cuối con đường
tràn đầy lãng quên

peaceful

dusk pours into the street corner
sunlight spills over into night
a bell tolls aground at the end of the street
suffuses forgetfulness

êm

em trải bóng râm
những chiếc lá rơi
trở về
bản ngã

her

she spreads out the shadows of trees
for the falling leaves
coming back
to the home of their selves

kiếp nào hơn

chiếc lá vàng bay
một mình làm nên mùa thu
nó đâu biết rằng kiếp sau
hóa thành đàn chim én

what life is better

a flying yellow leaf
can make an autumn only for itself
and doesn't know that in the next life
it will become a flock of swallows

Hồi bóng tối chưa có ngày, trái đất chập chững quay, địa đàng mùa đông rụng lá, những chiếc lá rơi chấm vào không trung ánh sáng ngọt ngào, thành những vì sao

lá chấm đến đâu, thời gian thức dậy đến đó, và em lặng lẽ đi về, nhường chỗ cho mây

ngày em dựng lại mùa đông, mai này vạn kiếp sinh sôi nảy nở thêm hồng, gió thổi ngược những chiếc lá địa đàng xa dần trái đất, và em, hóa thành nhành cây trơ trọi muộn màng

câu truyện đẹp

chiếc lá vàng rơi
điểm dấu chấm vào không trung
như những vì sao điểm mình vào đêm tối
mông lung

Once upon a time the dark had no day, the earth toddled to rotate, in heaven, winter leaves fell. Leaf tails collided with the nothingness of space, sweet lights that become stars.

Wherever the leaf tails pointed, time awoke. And she silently returns to heaven, saving room for the clouds.

The million lives blossom with roses the day she rebuilds winter. The wind blows back the leaves of heaven far from earth and she becomes a dry tree in late winter.

beautiful tale

the fallen yellow leaf
points its tail into the nothingness of space
like stars point themselves into darkness
leaving only a trace of vanity

vũ trụ

trăm năm rồi
tiếng chuông chiều
rót không đầy
gợn gió phiêu phiêu

universe

for a hundred years
dusky evening sounds of the bell
still not full
a breeze

bối thủy

dần dần
sông cạn đến mức
con cá đớp được
đám mây khô

end of the world

time after time
the river is so low
fish bite
at a dry cloud

quả tim núi

trong muôn trùng
quả núi phập phồng nhịp đập
để những con sóng hồng
vòng về cố hương

the mountain's heart

in the myriad of mountains
one heaving mountain beats
for those pink waves
circling back to where they began

cả đời người là mùa xuân

hỡi ngọn lửa
đừng xài hoang phí bóng tối
đừng dốc lòng
đốt hết đêm

her whole life is spring

hey fire
don't spend the dark lavishly
don't be so devoted
burn the night down

nghĩa hiệp

chiếc lá khô
giành ngồi bên gốc cây khô
người hành khất già
chụp hình tự sướng

generous

a dry leaf
scrambles to sit by the dry tree
an old beggar
takes a selfie

mẹ

đêm
mây cựa mình thức giấc
ngọn đồi ngủ
trăm năm rồi
ai mà nhớ tiếng ru

mother

nightfall
clouds turn only slightly awake
the hill falls asleep
a hundred years goes by
who will miss the lullaby

dấu chân của cát

biển vắng
hạt cát lăn tròn
theo dấu chân
con kiến đếm từng hạt cát
con tim đếm từng dấu chân của cát
tận cùng không

footprint of sand

deserted seashore
a grain of sand rolls over
traces her footprint
an ant counts every single grain
the heart counts every footprint
at the end of the endless

bẫy trăng

đêm đó
em rủ anh đi bẫy trăng
bằng vũng nước con con đầu ngõ
anh cười
rằng trăng chỉ thích biển hồ sông suối
thích dạ khúc buông trôi
ngọn đèn buồn rượi
đêm đêm giả vờ đứng im
giăng bẫy thiêu thân bay về nhìn
rơi vào vũng nước
bẫy em

trap the moon

this night
she invites him to trap the moon
by a small pool on the street corner
he smiles
says the moon loves the ocean river stream or lake
loves the flirting melody
the street light bulb is sad
every night it pretends to stand still
to attract a flock of mayflies
falling into this small pool
trapping her

rỗi

gió luẩn quẩn
sương khói mịt mờ bay
mây mù giăng giăng lối
người và núi tựa nhau ngồi
chỉ có thời gian là rỗi

busy

smoke flies
wind lingers
roiled clouds stress out
man and mountain sit leaning their backs on one another
only time is free

đêm dài

vũ trụ lung linh giãn nở
đôi đồng tử nhỏ dần
con chó sói tru dài
rừng xưa khàn đặc trong cuống họng rỗng
rốt ráo không

long night

the universe is expanding glittering
the wolf's pupils getting smaller
when the end has come
the wolf shouts a long howl
in its empty throat the ancient forest is hoarse

lo con trẻ dại

mây vàng sa mạc
ngọn núi mẹ thở dài
nhìn những vách thạch dựng sầu
bà tự nhủ bức tượng sư tử đá ngày đó
đã già đi đâu

he is still a child

yellow clouds fly above the desert
mother mountain sighs
she looks at the sorrowful ledge of rock
consoles herself that the stone lion from long ago
would never have gotten old

linh hồn

mình bước hụt vào nhau
ngã ôm ngã
lỡ đau
còn cười

soul

we step footloose into each other
the fallen embrace the fallen
blinding hurt
but we still smile

chẻ củi

lão tiều phu
chiều chiều vung búa bổ vào bóng mình
đã tám vạn bốn ngàn lẻ tịch lần
bó chặt từng cái bóng
nhiều bó nặng
gánh về đâu

cleaving wood

the woodsman uses his ax
to cleave his shadow at every dusk
8,400 times
tied up bundles of his shadow
some heavy but
where does he carry them

khởi

em đi tìm dấu vết hư vô
lần theo dấu chân sắp bước
thời gian rơi lả tả
đỏ đôi tay trần
giữ chặt mông lung

begin again

she looks for the trace of nothingness
she gropes after footprints she's about to make
time scatters
her bare hands so red
from holding vanity so tightly

tưởng

đêm
con hải âu đứng trên mỏm đá
cả hai cùng lắng nghe tiếng sóng biển
rì rầm bao la
vô lượng âm hưởng khác nhau
mong manh, dạt dào
hẳn thành vết chân chim trên đá

illusiveness

night
a seagull stands on a rock top
both listening to the ocean
vast rustling
countless different sounds
fragile effusive
the bird's imprint on the rock

về

con chim đậu trên chiếc lá vàng
kiếp sau cả hai sẽ hóa người
thành đôi tình nhân mỏi bước
tìm về gốc cây cũ
chờ nhau

coming back

a bird sits on a yellow leaf
where in the next life both incarnate into humans
become a tired couple
searching for their old tree
waiting for each other

vệ thần

căn phòng
bình hoa
mùi đêm
ngây dại
hoa hồng vàng đã lành vết sẹo
trên những chiếc gai

guardian angel

a room
a vase
the scent of night
foolish
scar of the yellow rose
healed on its spine

khi bóng lên ngôi

biển bước chân lên cát nắng
đi mãi không đến được nơi
rách tươm đôi giày màu trắng
đổ mồ hôi thay áo ngàn đời

bầy tiên cá xuống biển bơi
hóa thân về mấy phương trời
mắc cạn nơi cơn gió lặng
biến thành dãy núi đứng chơi

trời cao đánh rớt thế gian
mộng du lớp lớp thiên đàng
lần tay tìm loài cây cỏ
dấu chân mây trắng lang thang

người dọ dẫm chốn hư vô
thiên thai ngần mé điên rồ
bỏ sau lưng bước không tới
khi nghìn lần bóng lên ngôi

shadow seated on its throne

sea steps onto the hot sand
walking forever but never reaching the end
wearing out its white shoes
drops of sweat change the cloth blue

a school of mermaids jumps playing in the sea
then ungather themselves to the four horizons
run aground where the wind stops blowing
and become mountains just for fun

high sky drops off the earth
sleepwalks in thousands of layers of heaven
gropes to find the tree and grass of mankind
its footprints become wandering white clouds

people grope themselves in nothingness
holy garden at the edge of craziness
leaves unreached step behind his back
for the thousand times the shadow sits on its throne

thôi

trời đỏ
đêm nhạt dần
linh hồn mỏi
trên những vết son

enough

red sky
night fades
the soul weary
on the lipstick's stain

nữ tính

người ta chế tác chiếc giày cao gót
kể từ ngày em
kiễng chân
đứng núi này trông núi nọ

womanly

the day
the woman got up on her tiptoes
standing on one mountain to see a higher mountain
high heels were invented

vì ai

mưa dài ra đi
bỏ rơi buổi chiều ảm đạm
nước mắt dài ra đi
bỏ rơi người con gái
gió, tiếng hát và con đường nán lại
bỏ lại ngày mai

because of whom

the long rain finally departs
leaves the doomed dusk
along its trail
the tear leaves the girl
the wind the song and the road stay over
leave the next day

gần tới chân trời

mưa ướt thành phố bạc
ướt những chiếc lá và lòng cây
hình như, ướt luôn bộ rễ gầy
đau lòng hơn
ướt cả hạt nắng em phơi khô từ tiền kiếp

near the horizon

rain wets the city
wets the leaves and the tree's heart
wets the thin roots
but even more painfully
rain wets the drops of sunlight
she had dried in a previous life

gặp mộng

gió giải thoát chiếc lá khỏi cây
khỏi khung trời chờ đợi
khỏi con đường dài mỏi
em đã khóc khi chiếc lá giải thoát khỏi gió
và làm tóc bay

stuck in her dream

the wind frees the leaf from the tree
from the waiting sky
from the long-tired road
she cried when the leaf was freed from even the spoken wind
and made her hair fly

giấc mơ của lá

chiếc lá vàng no nắng
lắc mình đáp xuống
nằm thanh thản bên gốc cây đôi
nguyện ánh sáng thấm vào miền cội rễ
biết bao lần rồi

dream of leaf

the leaf eats itself full of sunlight
twists itself in order to fall
lying in peace below the twin trees
praying for sunlight to absorb into the roots
of many lives

tiếng vỗ một bàn tay

đoàn tàu lên dốc
bằng tổng lực luân hồi
ma sát vào rỗng không
tóe ra trống vắng
dầy đặc đêm trăng

one hand clapping

the train goes up hill
by the force of its own incarnation
friction to emptiness
toes out of nothingness
invisible lights under moonlight

vô tận

ngày em về
con đường mòn thức dậy
dãy núi úp mặt vào bật khóc
bên kia hư vô

beginning of the endless

the day she returns
the worn road wakes up
the mountain's face in its hands
crying over the other side of nothing

tổ trăng

em rón rén
nhìn chiếc gương chiều trong trẻo
tám nghìn bốn trăm lần
thấy mình vẫn giống hôm qua
chớp đôi mắt xa
trăng soi mặt hồ từ khi chưa có lửa
hôm nay trăng mở cửa
nhìn tóc mây bay
chiếc gương khẽ xoay
bảo em là con chim sẻ
tha ngày hôm qua xây chiếc tổ cho mình
ngày đó nhẹ tênh
em quên đếm tổ trăng mấy chiếc
trăng thở dài mấy kiếp em sinh

the moon's nest

the girl sneaks a glance
at dusk's pure mirror
8,400 times
each time she realizes her face is the same as the day before
she blinks her original eyes
since ancient times before fire the moon used the lake as a mirror
today when the moon opens its door to look at the clouds
the mirror turns slightly
saying that she is like a sparrow
who retrieves yesterday to build a nest
whose tomorrows are weightless
but she forgot to count how many moons in the nest
the moon sighs counting how many lives she has passed by

dòng sông không vội

cuộn mình chảy đến đại dương
mẹ ôm con vào lòng
bản giao hưởng ôm nốt nhạc

cánh hạc
chia đôi cánh đồng
bờ đông hoa rực
nuốt ực giọt phù sa

sóng dạt xa
bước một lần nước
bạc đầu ở cửa biển chơi vơi

mưa rơi
hối hả phương trời
dòng sông không vội

the river never hurried

the river flows its body rolling out to the sea
the mother embraces her child
the symphony embraces the music

bird wings
split the field in half
the eastern shore flowers are reddest
deeply swallow specs of alluvium

waves travel far away
one step into water
hairs whiten at the door of the ocean

rain falls
rush at the horizon
the river never hurried

truyện như thế

từ xa xưa, những giọt nước mắt của loài người đọng hoài thành
biển. sóng đại dương dập dềnh xô mãi, xô mãi hắt hiu, và hắt hiu tụ
thành dãy núi. truyện kể rằng
biển, là nơi để dành nước mắt
núi, là nơi để dành hắt hiu
còn em, là nơi để dành đêm dài ân ái

để dành tàn phai
mà thôi anh ơi xin đừng mua chịu

such a tale

once upon a time human tears stagnated and became the sea. Ocean
waves rushed the sadness that had accumulated to become moun-
tains. The tale says that

ocean is the place to save tears
mountain the place to save sadness
and she is the place to save a long intimate night

and what fades
she begs him not to buy on the nod

nhân ảnh

núi mù núi trong sương
khói lùa khói ảo thiên đường
bàn tay thuận lần mò tay nghịch
vì ngón sầu tịch mịch
bao kiếp mong cột cọng mây
được rồi, sương khói thôi bay
thì ra núi giăng mây phơi trời đất

shade of him

mountain blinds mountain in the fog
smoke blows smoke in the elusive paradise
the right-hand gropes for the left
the finger of sorrow so lonely
hoping to wear the ring of clouds through many lives
okay the fog stops flying
the mountains lay out clouds to air out the sky

mưa cũ (luc bat)

mưa làm gió ướt tả tơi
chưa đem vắt mà đem phơi làm gì
cành nặng vì lá ra đi
lòng nặng vì ném tình si vội vàng
khác gì giặt sạch hồng nhan
có ai khiến được hoa tàn phút giây
mây nặng vắt gió lên cây
vài hạt mưa cũ lung lay thì buồn

the rain gets old

rains soak the wind
why doesn't the girl squeeze before she dries
as leaves fall the branch is heavier
her heart is heavier as she lets nostalgia go
like the silly way people try to diminish beauty
who can make a flower wither at once
heavy clouds hang wind on the trees
some old raindrops teeter on their sadness

rái tim kiến cắn

con kiến lạc đàn
áp tai vào đất
tìm bước chân của bầy đàn
rầm rập đêm thâu

con kiến vàng
lưng quằn hạt gạo
bước chân lạo xạo tìm đàn
lạc vào trái tim em
trái tim kiến cắn

her character

an ant loses its swarm
puts its ear to the ground
listening for the sound of its friends
marching through the night

the yellow ant
carries a grain of rice on its back
toddling on its foothold to look for the swarm
loses its way straying into her heart
an ant- bitten heart

điệu múa bất tử

ngày kia
linh hồn bò đầy mái cong
vị thần mặt buồn so
nhìn nén nhang
quyết hóa thành bức tượng thật

the everlasting dance

one day
all souls crawl and crowd into the dome
the saint's statue's face is sad
he looks at the burning incense
this time decides to become real stone.

đêm vỡ từng sợi tóc

xoay một giọt nắng vàng
vũ trụ quay tiếng vó
dạt bóng tối về cỏ
kim giờ nhảy từng giây

xoay một giọt mưa ngây
vực sâu vô lượng kiếp
cỏ cong lưng đếm miết
kim giây nhích từng giờ

xoay một trái tim thơ
thời gian rơi bước ngọc
đêm vỡ từng sợi tóc
cỏ xoay người trong mơ

night breaks every hair

turn a grain of sunlight
and the cosmos returns hoofbeats
push the darkness to a grassy field
the clock's hour hand moves every second

turn an innocent drop of rain
innumerable lives in the abyss
grass bends to count unceasingly
the clock's minute hand moves every hour

turn a naïve heart
and time drops its pink heels
night breaks every hair
grass turns its body in the dream

giữ lại được không

linh hồn của mây là chiều mờ
linh hồn của cây cỏ là chiếc lá khô
linh hồn của sương khói là người
trong mơ

how to keep it

soul of cloud is doom dusk
soul of forest is dried leaves
soul of frog is woman
in a dream

nhớ chưa

ngọn lửa
men theo que diêm
tìm bóng mình
trên ngọn nến lung linh

does it remember

the flame
moves cautiously along the match
to find its shadow
in the burning candle

hoang vắng

những ngọn đồi
mọc ra vừa đủ
cho loài người
đổ bóng qua tôi

abandoned

these hills
rise enough
for humanity
they shade over me the abandoned

TRAN LE KHANH

Tran Le Khan lives in Ho Chi Minh City with this wife and daughter. He retired recently from his CIO position at one of Vietnam's largest funds in order to pursue his poetry career more fully. In Viet Nam Khanh has published four poetry collections: two collections of Luc Bat, *Mua, Dong Song* and *Ngay Nhu Chiec La*. Khanh also has two additional poetry collections forthcoming in Viet Nam. He is a master of the important Luc Bat form of Vietnamese poetry, as well as a devoted and widely knowledgeable student of the Dharma. This is his first English publication.

BRUCE WEIGL

Bruce Weigl is the author, editor or translator of over thirty books of poetry, poetry in translation, critical essays and prose. His most recent poetry collection is *The Abundance of Nothing*, (TriQuarterly Books, 2012), one of three finalists for the Pulitzer Prize. In 2021 BOA will publish his collection of short prose titled *Among Elms, in Ambush*. He lives part of the year in Ohio and part in Ha Noi, Viet Nam.

The Cliff Becker Book Prize in Translation

> "Translation is the medium through which American readers gain greater access to the world. By providing us with as direct a connection as possible to the individual voice of the author, translation provides a window into the heart of a culture."
>
> —Cliff Becker, May 16, 2005

Cliff Becker (1964–2005) was the National Endowment for the Arts Literature Director from 1999 to 2005. He began his career at the NEA in 1992 as a literature specialist, was named Acting Director in 1997, and in 1999 became the NEA's Director of Literature.

The publication of this book of translation is a reflection of Cliff's passionate belief that the arts must be accessible to a wide audience and not subject to vagaries of the marketplace. During his tenure at the NEA, he expanded support for individual translators and led the development of the NEA Literature Translation Initiative. His efforts did not stop at the workplace, however. He carried his passion into the kitchen as well as into the board room. Cliff could often be seen at home relaxing in his favorite, wornout, blue T-shirt, which read, "Art Saves Me!" He truly lived by this credo.

To ensure that others got the chance to have their lives impacted by uncensored art, Cliff hoped to create a foundation to support the literary arts which would not be subject to political changes or fluctuations in patronage, but would be marked solely for the purpose of supporting artists, and in particular, the creation and distribution of art which might not otherwise be available. While he could not achieve this goal in his short life, seven years after his untimely passing, his vision was realized.

The Cliff Becker Endowment for the Literary Arts was established by his widow and daughter in 2012 to give an annual publication prize in translation in his memory. The Cliff Becker Book Prize in Translation annually produces one volume of literary translation in English. It is our hope that with ongoing donations to help grow the Becker Endowment for the Literary Arts, important artists will continue to touch, and perhaps save, lives of those whom they reach through the window of translation.

Donations to The Cliff Becker Endowment for the Literary Arts will help ensure that Cliff's vision continues to enrich our literary heritage. It is more important than ever before that English-speaking readers are able to comprehend our world and our histories through the literatures of diverse cultures. Tax deductible donations to the Endowment will be gratefully received by White Pine Press. Checks should be made payable to White Pine Press and sent to The Cliff Becker Endowment for the Literary Arts, c/o White Pine Press, P.O. Box 236, Buffalo, NY 14201.

Cliff Becker Book Prize in Translation

The Beginning of Water - Tran Le Khan. Translated by the author and Bruce Weigl. 2021

Hatchet - Carmen Boullosa. Translated by Lawrence Schimel. 2020

Bleeding from All 5 Senses - Mario Santiago Papasquiaro. Translated by Cole Heinowitz. 2019

The Joyous Science: Selected Poems - Maxim Amelin. Translated by Derek Mong & Anne O. Fischer. 2018

Purifications or the Sign of Retaliation - Myriam Fraga. Translated by Chloe Hill. 2017

Returnings: Poems of Love & Distance - Rafael Alberti. Translated by Carolyn L. Tipton. 2016

The Milk Underground - Ronny Someck. Translated by Hana Inbar & Robert Manaster. 2015

Selected Poems of Mikhail Yeryomin. Translated by J. Kates. 2014

A Hand Full of Water - Tzveta Sofronieva. Translated by Chantel Wright. 2012